AF284830

Impressum
Verlag: BABADADA GmbH, Nedderfeld 112 , 22529 Hamburg
Geschäftsführer / Verlagsleitung: Harald Hof
Druck: Books on Demand GmbH, In de Tarpen 42, 22848 Norderstedt

Imprint
Publisher: BABADADA GmbH, Nedderfeld 112 , 22529 Hamburg, Germany
Managing Director / Publishing direction: Harald Hof
Print: Books on Demand GmbH, In de Tarpen 42, 22848 Norderstedt

aula
sajili

dividir
kugawanya

186/2

pizarrón
ubao

patio de escuela
eneo la shule

maestro
mwalimu

papel
karatasi

escribir
kuandika

birome
kalamu

escritorio
dawati

regla
rula

libro
kitabu

alumno
mwanafunzi

mochila

mkoba

caja de lápices

kikasha cha penseli

lápiz

penseli

sacapuntas

kichonga penseli

goma (de borrar)

mpira

bloc de dibujo

pedi ya kuchora

dibujo
uchoraji

pincel
brashi ya rangi

caja de pinturas
sanduku la rangi

tijera
mkasi

pegamento
gundi

cuaderno de ejercicios
daftari

tarea
kazi ya nyumbani

número
nambari

2+2

sumar
jumlisha

restar
ondoa

multiplicar
zidisha

calcular
kokotoa

letra
barua

abecedario
alfabeti

palabra
neno

texto

maandishi

leer

kusoma

tiza

chaki

lección

somo

cuaderno de clase

sajili

examen

uchunguzi

certificado

cheti

uniforme escolar

sare za shule

educación

elimu

enciclopedia

elezo

universidad

chuo kikuu

microscopio

darubini

mapa

ramani

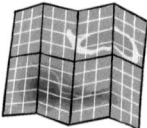

tacho (de basura)

kikapu cha kuweka karatasi
chafu

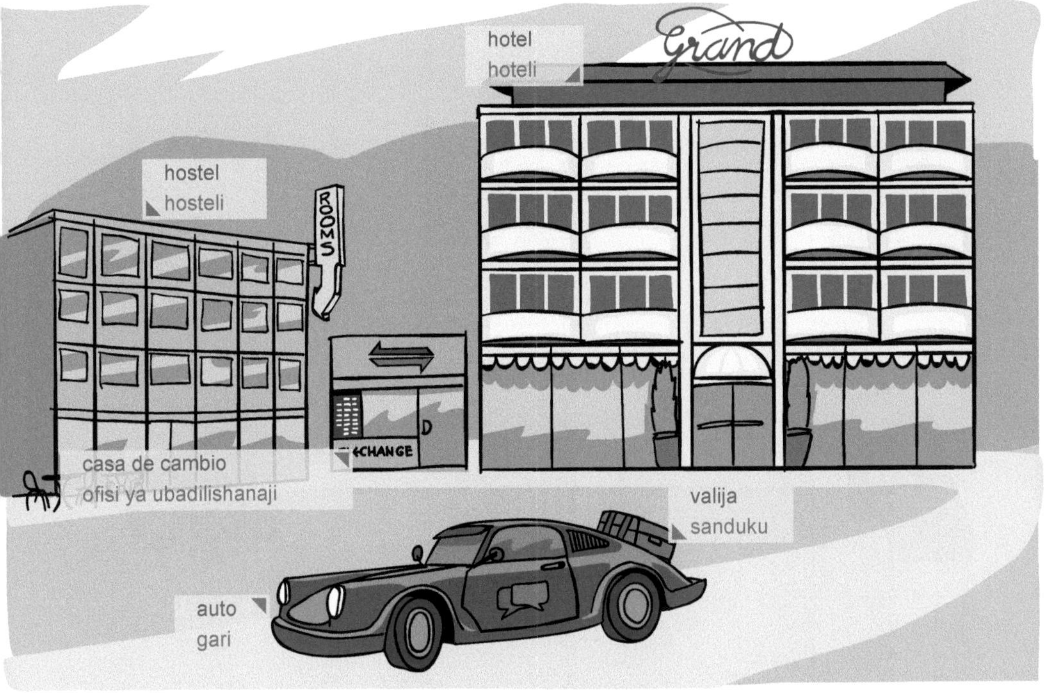

hotel
hoteli
Grand
hostel
hosteli
ROOMS
EXCHANGE
casa de cambio
ofisi ya ubadilishanaji
valija
sanduku
auto
gari

idioma

lugha

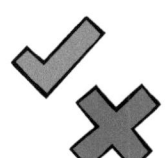

sí / no

ndiyo / la

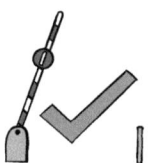

Está bien

sawa

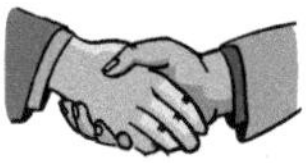

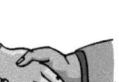

hola

hujambo

traductor

mtafsiri

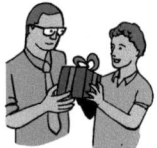

Gracias

Asante

¿cuánto cuesta…?

kiasi gani ni …?

No entiendo

Sielewi

problema

tatizo

¡Buenas tardes!

Jioni njema!

¡Buenos días!

Habari za asubuhi!

¡Buenas noches!

Usiku mwema!

adiós

kwa heri

dirección

mwelekeo

equipaje

mizigo

bolso

mfuko

mochila

shanta

invitado

mgeni

habitación

chumba

bolsa de dormir

begi la kulalia

carpa

hema

información turística

taarifa ya utalii

playa

ufuo

tarjeta de crédito

kadi

desayuno

kifunguakinywa

almuerzo

chakula cha mchana

cena

chakula cha jioni

pasaje

tiketi

ascensor

kuinua

sello

muhuri

frontera

mpaka

aduana

mila

embajada

ubalozi

visa

visa

pasaporte

pasipoti

transporte
usafiri

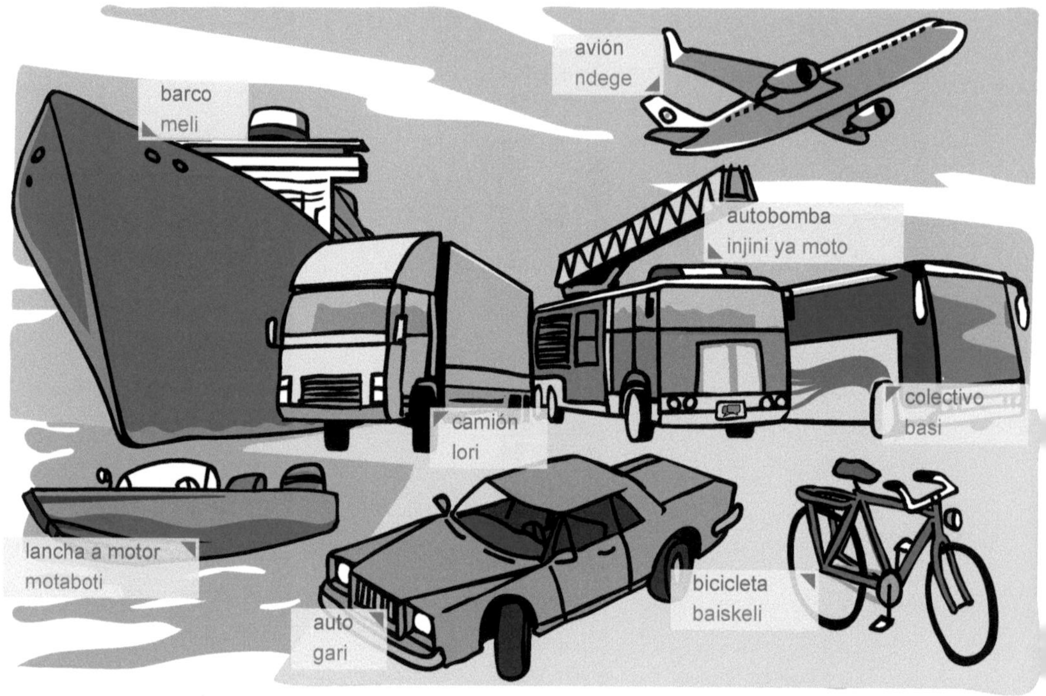

avión
ndege
barco
meli
autobomba
injini ya moto
colectivo
basi
camión
lori
lancha a motor
motaboti
bicicleta
baiskeli
auto
gari

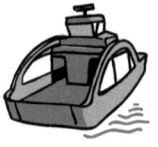

ferry
feri

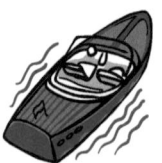

bote
mashua

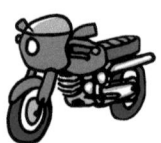

moto
pikipiki

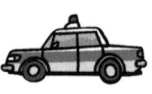

patrullero
gari la polisi

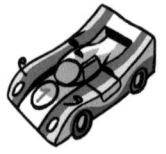

auto de carreras
gari la mashindano

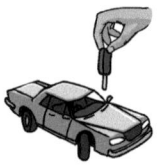

auto de alquiler
gari la kukodisha

alquiler de autos

kushiriki gari

grúa

lori la kuvuta

camión de basura

ukusanyaji taka

motor

motor

nafta

mafuta

estación de servicio

kituo cha mafuta

señal de tránsito

ishara trafiki

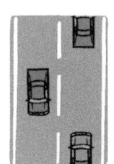

tránsito

trafiki

embotellamiento

msongamano

estacionamiento

maegesho

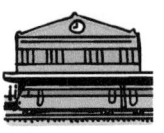

estación de tren

kituo cha treni

vías

reli

tren

garimoshi

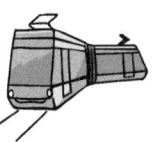

tranvía

tremu

vagón

gari la mizigo

helicóptero

helikopta

aeropuerto

uwanja wa ndege

torre

mnara

pasajero

abiria

contenedor

chombo

caja de cartón

katoni

carretilla

mkokoteni

canasta

kikapu

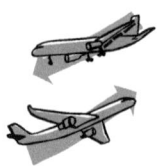

despegar / aterrizar

ondoka

ciudad

jiji

pueblo

kijiji

centro de ciudad

katikati ya jiji

casa

nyumba

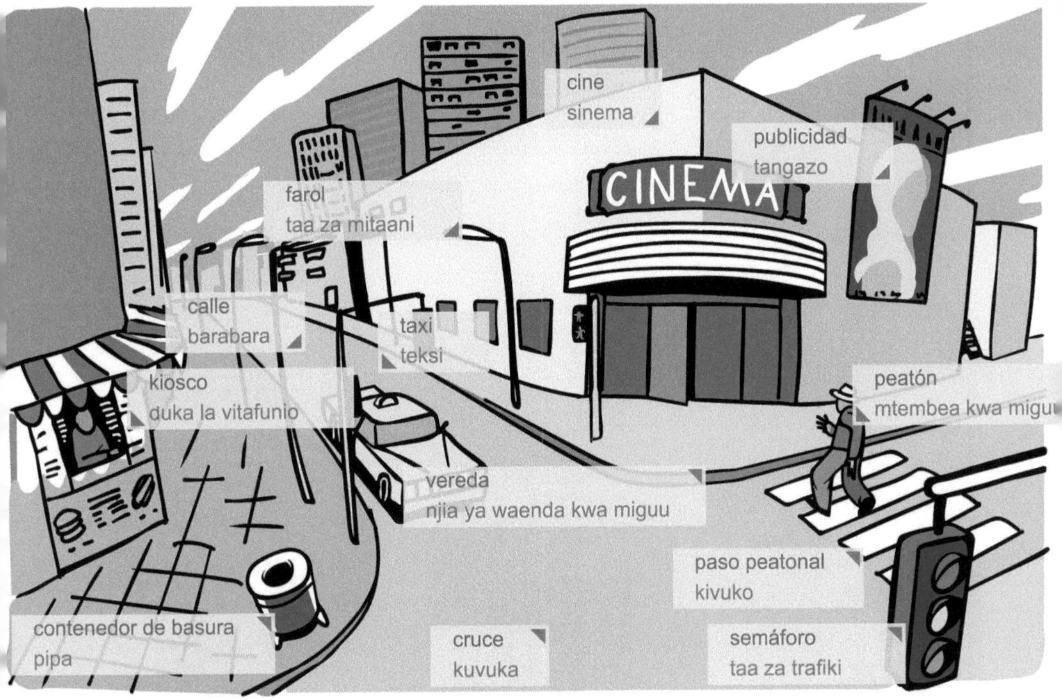

cine
sinema

publicidad
tangazo

farol
taa za mitaani

CINEMA

calle
barabara

taxi
teksi

kiosco
duka la vitafunio

peatón
mtembea kwa migu

vereda
njia ya waenda kwa miguu

paso peatonal
kivuko

contenedor de basura
pipa

cruce
kuvuka

semáforo
taa za trafiki

cabaña

kibanda

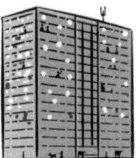

departamento

gorofa

estación de tren

kituo cha treni

municipalidad

ukumbi wa mji

museo

Makavazi

colegio

shule

ciudad - jiji

universidad
chuo kikuu

banco
benki

hospital
hospitali

hotel
hoteli

farmacia
duka la dawa

oficina
ofisi

librería
duka la kitabu

negocio
duka

florería
duka la maua

supermercado
dukakuu

mercado
soko

grandes tiendas
idara ya kuhifadhi

pescadería
mwuza samaki

centro comercial
kituo cha ununuzi

puerto
bandari

parque

Hifadhi

banco

benki

puente

daraja

escaleras

vidato

subte

chini ya ardhi

túnel

handaki

parada del colectivo

kituo cha mabasi

bar

bar

restaurante

mgahawa

buzón

sanduku la posta

letrero

ishara ya barabara

parquímetro

mita ya maegesho

zoológico

bustani ya wanyama

pileta

kidimbwi cha kuogelea

mezquita

msikiti

granja
shamba

contaminación
uchafuzi

cementerio
makaburini

iglesia
kanisa

juegos infantiles
uwanja wa michezo

templo
hekalu

paisaje

mazingira

hoja
jani

poste indicador
ishara ya mwelekeo

camino
njia

pradera
malisho

piedra
jiwe

árbol
mti

excursionista
mtembeaji wa masafa

río
mto

hierba
nyasi

flor
ua

valle
bonde

montaña
kilima

lago
ziwa

bosque
msitu

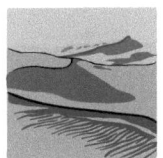

desierto
jangwa

volcán
volkano

castillo
ngome

arco iris
upinde wa mvua

champiñón
uyoga

palmera
mtende

mosquito
mbu

mosca
kuruka

hormiga
chungu

abeja
nyuki

araña
buibui

escarabajo

mende

rana

chura

ardilla

kuchakuro

erizo

nungunungu

liebre

sungura

lechuza

bundi

pájaro

ndege

cisne

swan

jabalí

nguruwe mwitu

ciervo

kulungu

alce

aina ya kongoni

presa

bwawa

aerogenerador

tabo ya upepo

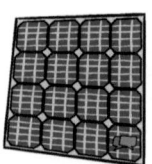

panel solar

nishaji ya jua

clima

hali ya hewa

restaurante
mgahawa

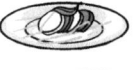

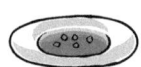

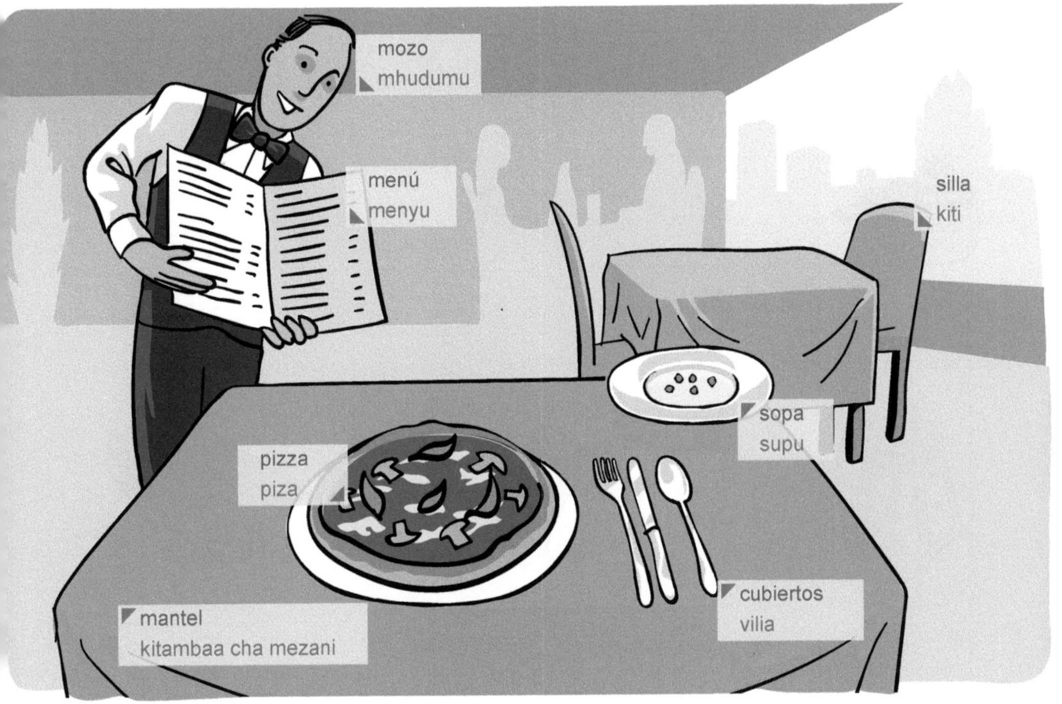

mozo
mhudumu
menú
menyu
silla
kiti
sopa
supu
pizza
piza
cubiertos
vilia
mantel
kitambaa cha mezani

entrada

kiamsha hamu

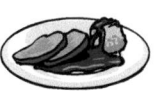

plato principal

kozi kuu

postre

kitindamlo

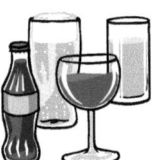

bebidas

vinywaji

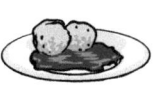

comida

chakula

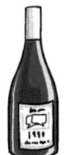

botella

chupa

comida rápida

chakula cha haraka

comida callejera

Streetfood

tetera

buli

azucarera

kisanduku cha sukari

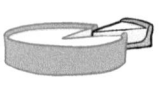

porción

sehemu

cafetera expreso

mashine ya espresso

sillita alta

kiti kirefu

cuenta

muswada

bandeja

trei

cuchillo

kisu

tenedor

uma

cuchara

kijiko

cucharita

kijiko cha chai

servilleta

nepi

vaso

glasi

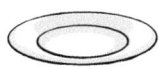

plato

sahani

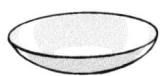

plato hondo

sahani ya supu

plato

sufuria

salsa

mchuzi

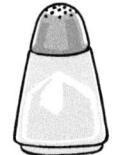

salero

kichanyaji chumvi

molinillo de pimienta

kinu cha pilipili

vinagre

siki

aceite

mafuta

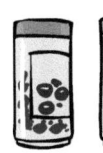

especias

viungo

kétchup

kechapu

mostaza

haradali

mayonesa

kachumbari nzito

supermercado
dukakuu

oferta especial
ofa maalum
FOR
cliente
mteja
lácteos
maziwa
fruta
matunda
changuito
toroli

BUTCHERS

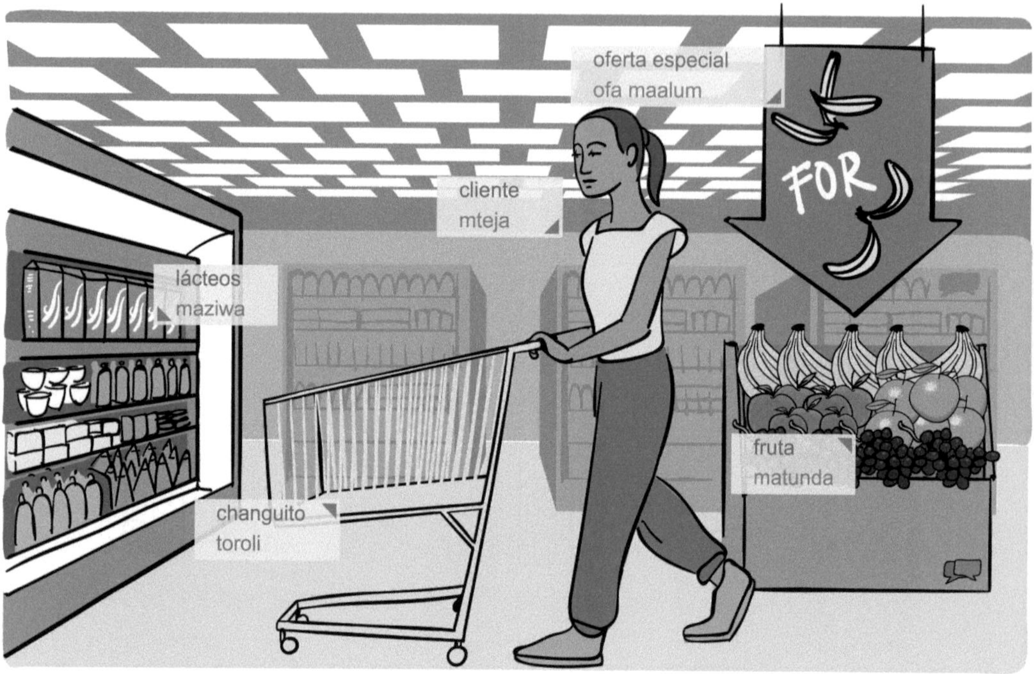

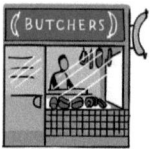

carnicería

mchinjaji

BAKERY

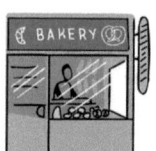

panadería

mwokaji

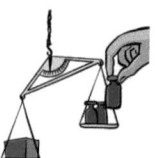

pesar

uzito

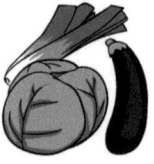

verduras

mboga

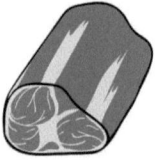

carne

nyama

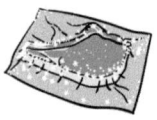

alimentos congelados

chakula waliohifadhiwa

fiambres

vipande vya nyama baridi

alimentos enlatados

chakula cha kopo

detergente en polvo

sabuni ya unga

golosinas

pipi

electrodomésticos

bidhaa za kaya

productos de limpieza

bidhaa za kusafisha

vendedora

mtu mauzo

caja

mpaka

cajero

keshia

lista de compras

orodha ya manunuzi

horario de atención

masaa ya ufunguzi

billetera

mkoba

tarjeta de crédito

kadi

cartera

mfuko

bolsa de plástico

mfuko wa plastiki

agua

maji

jugo

sharubati

leche

maziwa

bebida cola

coke

vino

mvinyo

cerveza

bia

alcohol

pombe

cacao

kakao

té

chai

café

kahawa

café expreso

spreso

cappuccino

kapuchino

banana

ndizi

manzana

tufaha

naranja

machungwa

melón

tikiti

limón

lemon

zanahoria

karoti

ajo

kitunguu saumu

bambú

mianzi

cebolla

kitunguu

champiñón

uyoga

nueces

karanga

fideos

nudo

tallarines

spageti

arroz

mpunga

ensalada

saladi

papas fritas

vibanzi

papas fritas

viazi vya kukaanga

pizza

piza

hamburguesa

hambaga

sándwich

sandwichi

churrasco

kipande

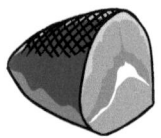

jamón

paja la mnyama

salame

salami

salchicha

soseji

pollo

kuku

asado

choma

pescado

samaki

copos de avena

oats ya uji

muesli

muesli

copos de maíz

cornflakes

harina

unga

medialuna

kroisanti

pancito

andazi

pan

mkate

tostada

mkate wa kubanika

galletitas

biskuti

manteca

siagi

cuajada

maziwa mgando

torta

keki

huevo

yai

huevo frito

yai kukaanga

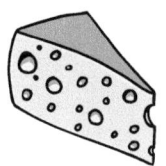

queso

jibini

helado

aiskrimu

azúcar

sukari

miel

asali

mermelada

jemu

pasta de chocolate

kuenea kwa chokoleti

curry

mchuzi wa viungo

granja
shamba

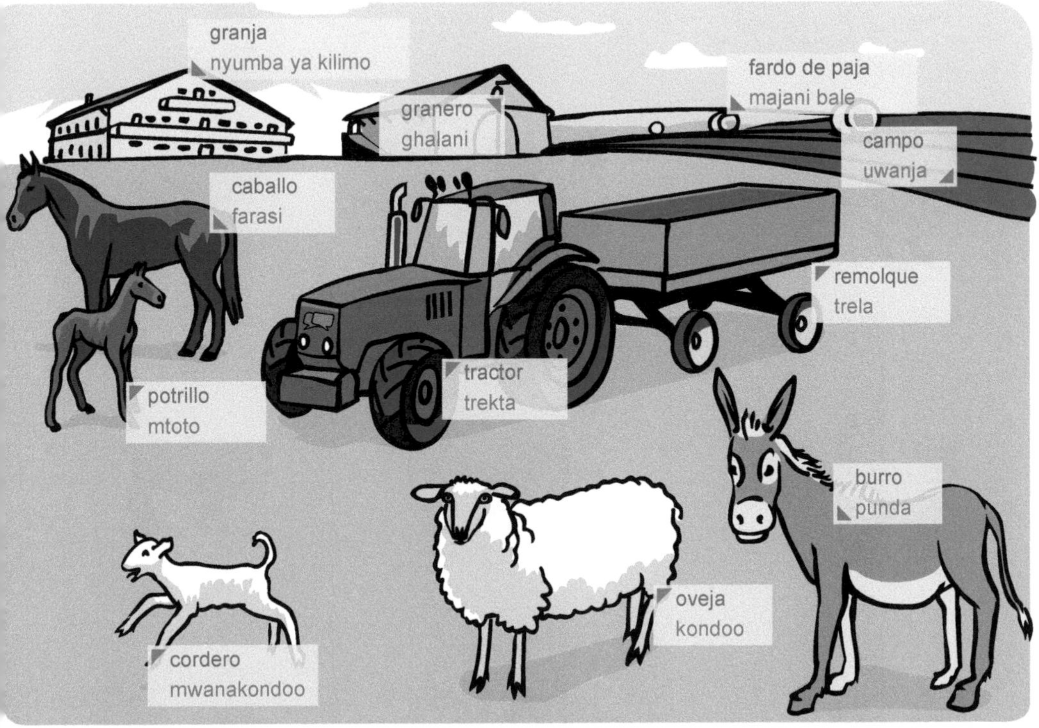

granja
nyumba ya kilimo
granero
ghalani
fardo de paja
majani bale
campo
uwanja
caballo
farasi
remolque
trela
tractor
trekta
potrillo
mtoto
burro
punda
oveja
kondoo
cordero
mwanakondoo

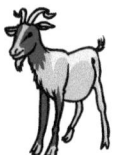

cabra

mbuzi

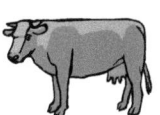

vaca

ng'ombe

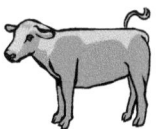

ternero

ndama

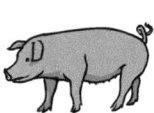

cerdo

nguruwe

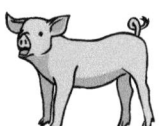

lechón

mwananguruwe

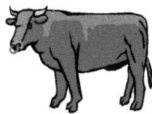

toro

fahali

ganso

batabukini

pato

bata

pollo

kifaranga

gallina

kuku

gallo

jogoo

rata

panya

gato

paka

ratón

panya

buey

ng'ombe

perro

mbwa

cucha

nyumba ya mbwa

manguera

bomba la bustani

regadera

debe la kumwagilia maji

guadaña

fyekeo

arado

kulima

hoz

mundu

azada

jembe

horquilla

uma wa nyasi

hacha

shoka

carretilla

toroli

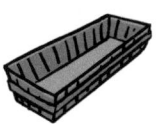

abrevadero

kupitia nyimbo

lechera

chombo cha maziwa

bolsa

gunia

reja

ua

establo

imara

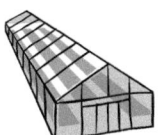

invernadero

chafu

suelo

udongo

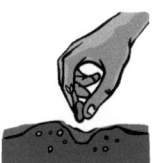

semilla

mbegu

fertilizador

mbolea

cosechadora

kivunaji

granja - shamba

cosechar
mavuno

cosecha
mavuno

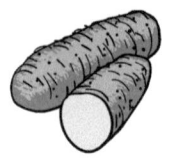

batatas
viazi vikuu

trigo
ngano

soja
soya

papa
viazi

maíz
mahindi

semilla de colza
rapa

árbol frutal
mti wa matunda

mandioca
muhogo

cereales
nafaka

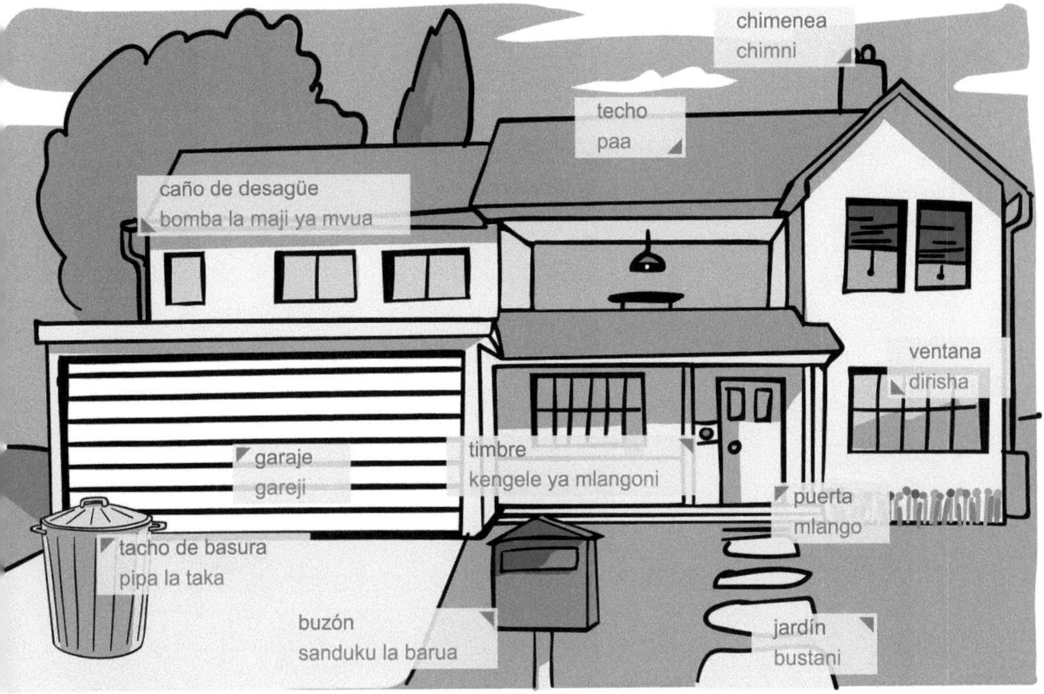

chimenea
chimni

techo
paa

caño de desagüe
bomba la maji ya mvua

ventana
dirisha

garaje
gareji

timbre
kengele ya mlangoni

puerta
mlango

tacho de basura
pipa la taka

buzón
sanduku la barua

jardín
bustani

living

sebuleni

baño

bafu

cocina

jikoni

dormitorio

chumba cha kulala

cuarto de los chicos

chumba ya mtoto

comedor

chumba cha kulia

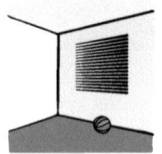

piso
sakafu

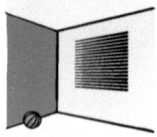

pared
ukuta

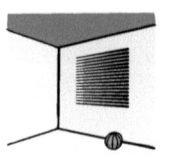

cielorraso
dari

sótano
pishi

sauna
sauna

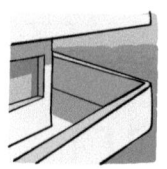

balcón
roshani

terraza
mtaro

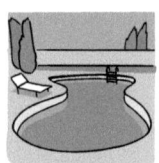

pileta
kidimbwi

cortadora de pasto
mashine ya kukata nyasi

sábana
karatasi

acolchado
kitambaa cha kupamba
kitanda

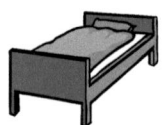

cama
kitanda

escoba
ufagio

balde
ndoo

interruptor
kubadili

living
sebuleni

empapelado
mandhari
imagen
picha
lámpara
taa
estante
rafu
armario
kabati
televisión
televisheni/runinga
chimenea
mekoni
flor
ua
almohadón
mto
sofá
sofa
florero
chombo cha maua
control remoto
kitenzambali

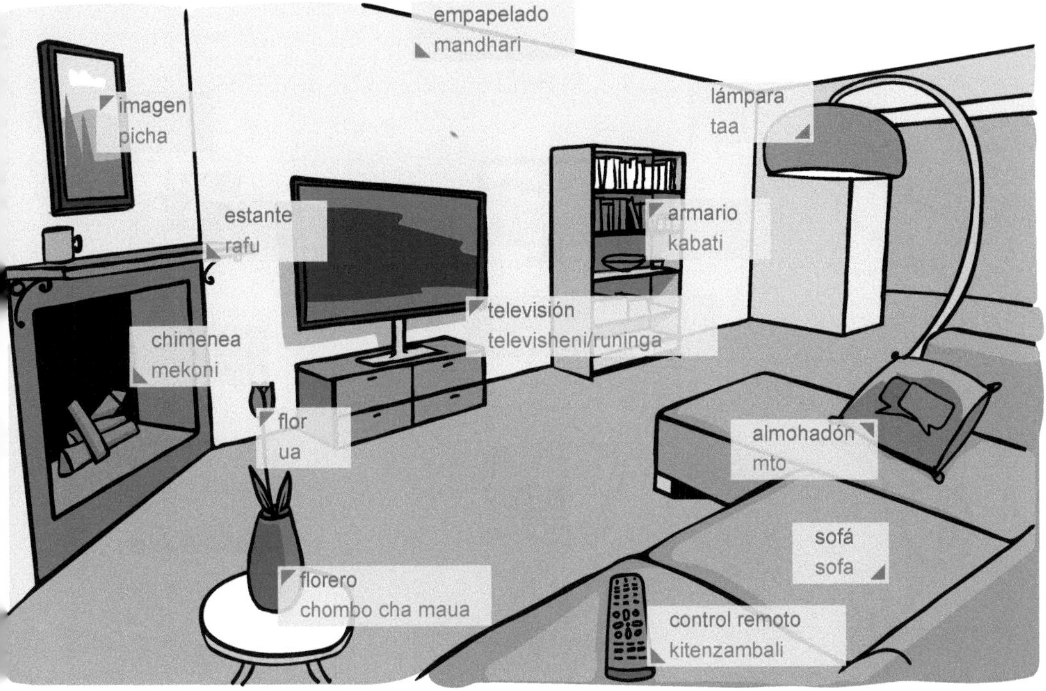

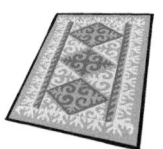

alfombra

zulia

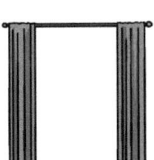

cortina

pazia

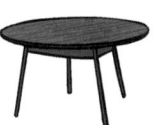

mesa

meza

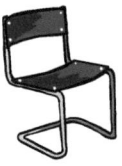

silla

kiti

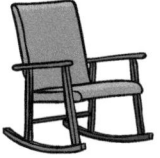

mecedora

kiti cha bembea

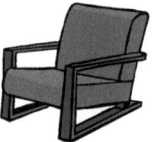

sillón

armchair

libro

kitabu

frazada

blanketi

decoración

mapambo

leña

kuni

película

filamu

equipo de música

kifaa cha hi-fi

llave

ufunguo

diario

gazeti

pintura

uchoraji

póster

bango

radio

redio

cuaderno

daftari

aspiradora

kifyonza

cactus

dungusi kakati

vela

mshumaa

cocina
jikoni

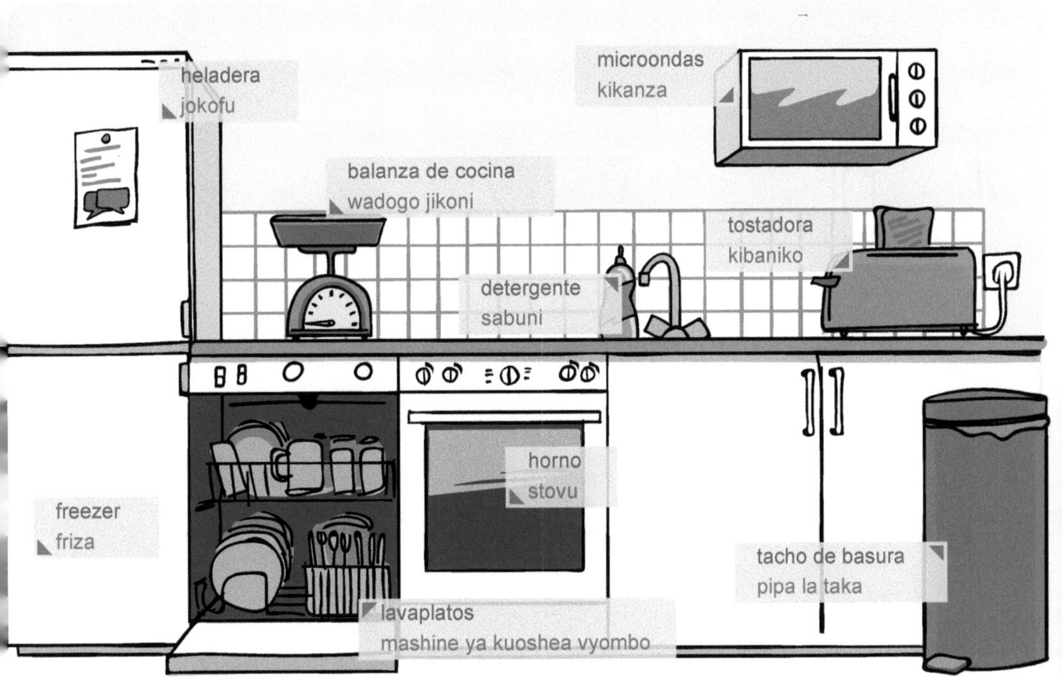
heladera
jokofu
microondas
kikanza
balanza de cocina
wadogo jikoni
tostadora
kibaniko
detergente
sabuni
horno
stovu
freezer
friza
tacho de basura
pipa la taka
lavaplatos
mashine ya kuoshea vyombo

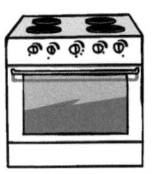

cocina

jiko la kupika

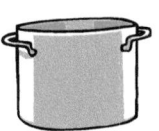

olla

chungu

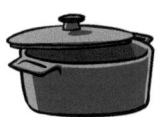

olla de hierro fundido

sufuria ya chuma

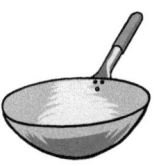

wok

wok / kadai

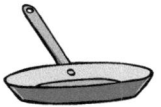

sartén

kaango

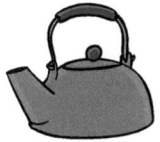

pava

birika

vaporera

stima

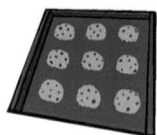

bandeja de horno

sinia ya kuoka

vajilla

vyombo vya udongo

taza

kombe

bol

bakuli

palitos

vijiti vya kulia

cucharón

ukawa

estpátula

mwiko mpana

batidora

burashi

colador

kichujio

colador

chujio

rallador

mbuzi

mortero

chokaa

parrilla

barbeque

fogata

moto wazi

tabla de picar

ubao wa majaribio

palo de amasar

kijiti cha kusukuma unga

sacacorchos

kizibuo

lata

kopo

abrelatas

inaweza kopo

manopla

kishikio cha chungu

pileta

karo

cepillo

brashi

esponja

sifongo

batidora

kisagaji matunda

congelador

friji ya kina

mamadera

chupa ya mtoto

canilla

bomba

calefacción
joto

ducha
mfereji wa kuogea

toalla
taulo

cortina de ducha
pazia la kuogea

baño de espuma
maji ya kuoga yenye povu

bañadera
hodhi

vaso
glasi

lavarropas
mashine ya kuosha

canilla
bomba

baldosas
vigae

pelela
poti

pileta
karo

inodoro

choo

letrina

choo cha squat

bidé

beseni la mviringo

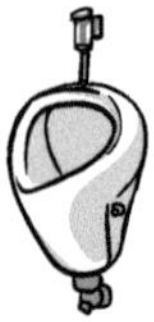

mingitorio

choo cha umma

papel higiénico

shashi

cepillo para el inodoro

brashi ya choo

cepillo de dientes

mswaki

dentífrico

dawa ya meno

hilo dental

dawa ya meno

lavar

safisha

ducha de mano

kuoga mkono

ducha higiénica

msukumo wa maji

palangana

bonde

cepillo para espalda

mpako wa pili

jabón

sabuni

gel de ducha

jeli ya kuogea

shampoo

shampuu

toallita

flana

desagüe

toa maji

crema

krimu

desodorante

kiondoa harufu

espejo

kioo

espejito

kioo mkono

maquinita de afeitar

kinyozi

espuma de afeitar

povu la kunyoa

aftershave

baada ya kunyoa

peine

kichana

cepillo

brashi

secador de pelo

kikausha nywele

spray

marashi ya nyewele

maquillaje

vipodozi

lápiz de labios

kidomwa

esmalte para uñas

varnish ya msumari

algodón

pamba

tijera para uñas

mkasi wa kucha

perfume

manukato

portacosméticos

mkoba wa kuosha

banqueta

kinyesi

balanza

mizani

bata

nguo ya kuoga

guantes de goma

glavu za mpira

tampón

kisodo

toallita femenina

sodo

baño químico

kemikali choo

cuarto de los chicos

chumba ya mtoto

despertador
saa ya kengele
peluche
kidoli cha kupakata
coche de juguete
gari bandia
sonajero
kelele
casa de muñecas
chumba cha midoli
regalo
sasa

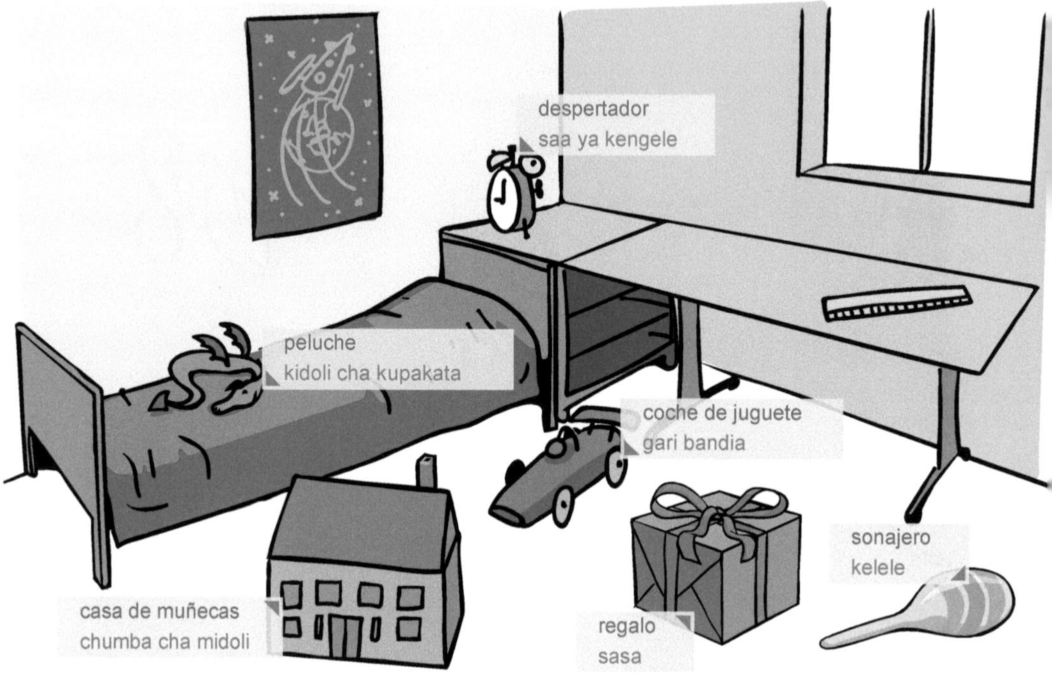

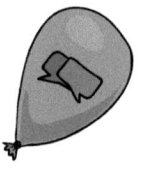

globo

baluni

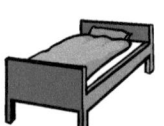

cama

kitanda

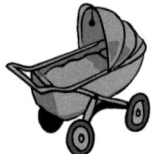

cochecito

mashua

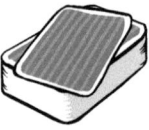

cartas

staha ya kadi

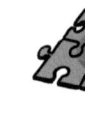

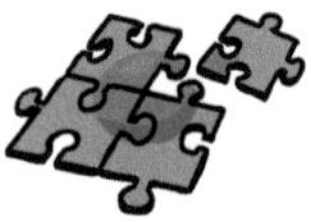

rompecabezas

mchezo-fumb

SUPER
MEGA

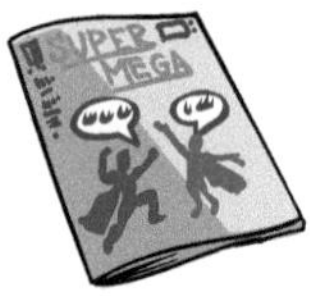

historieta

vichekesho

piezas de lego
matofali lego

ladrillos de juguete
vitalu mwigo

figura de acción
hatua takwimu

enterito (de bebé)
suti ya kulalia

frisbee
kisahani

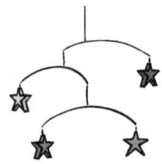

móvil para bebés
simu

juego de mesa
ubao wa michezo

dados
kete

tren eléctrico
garimoshi mwigo

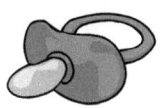

chupete
dummy

fiesta
chama

libro de cuentos ilustrado
picha kitabu

pelota
mpira

muñeca
kikaragosi

jugar
kucheza

arenero

shimo la mchanga

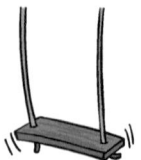

hamaca

bembea

juguetes

vitu bandia

consola de videojuegos

kiweko cha video ya mchezo

triciclo

baiskeli ya magurudumu

osito de peluche

mwanasesere

armario

kabati

matatu

medias

soksi

medias panty

stokingi

calzas

kibano

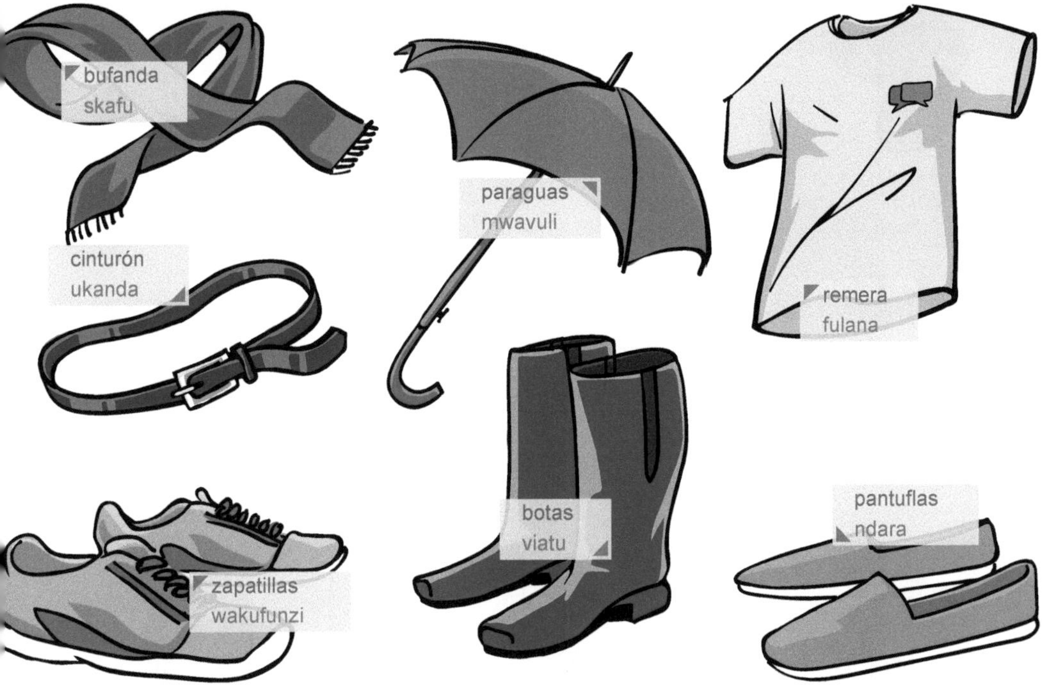

bufanda
skafu

cinturón
ukanda

paraguas
mwavuli

remera
fulana

zapatillas
wakufunzi

botas
viatu

pantuflas
ndara

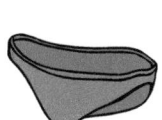

sandalias
·················
malapa

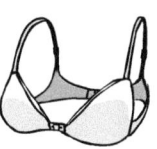

zapatos
·················
viatu

botas de goma
·················
mabuti ya mpira

ropa interior
·················
suruali ya ndani

corpiño
·················
sidiria

chaleco
·················
fulana

body

mwili

pantalones

suruali

jeans

dangirizi

pollera

sketi

blusa

blauzi

camisa

shati

pulóver

vuta

buzo

sweta

blazer

bleza

campera

jaketi

tapado

koti

piloto

koti la mvua

traje

maleba

vestido

gauni

vestido de novia

mavazi ya harusi

traje

suti

camisón

vazi la usiku

pijama

pajama

sari

sari

pañuelo para cabeza

skafu

turbante

kilemba

burka

burka

caftán

kaftan

abaya

abaya

traje de baño

vazi la kuogelea

short de baño

vazi la kiume la kuogelea

shorts

kaptura

jogging

teitei

delantal

aproni

guantes

glavu

botón

kifungo

anteojos

glasi

pulsera

bangili

collar

mkufu

anillo

pete

aro

herini

gorra

kofia

percha

kiango cha koti

sombrero

kofia

corbata

tai

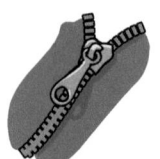

cierre

zipu

casco

kofia

tiradores

kanda za suruali

uniforme escolar

sare za shule

uniforme

sare

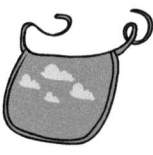

babero

bibu

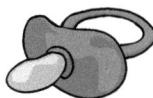

chupete

dummy

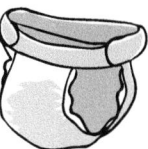

pañal

nepi

oficina
ofisi

servidor
seva
archivero
kabati la kuweka faili
impresora
kichapishaji
papel
karatasi
monitor
kiwambo
mouse
kipanya
escritorio
dawati
carpeta
folda
teclado
kibodi
o (de basura)
apu cha kuweka karatasi chafu
computadora
kompyuta
silla
kiti

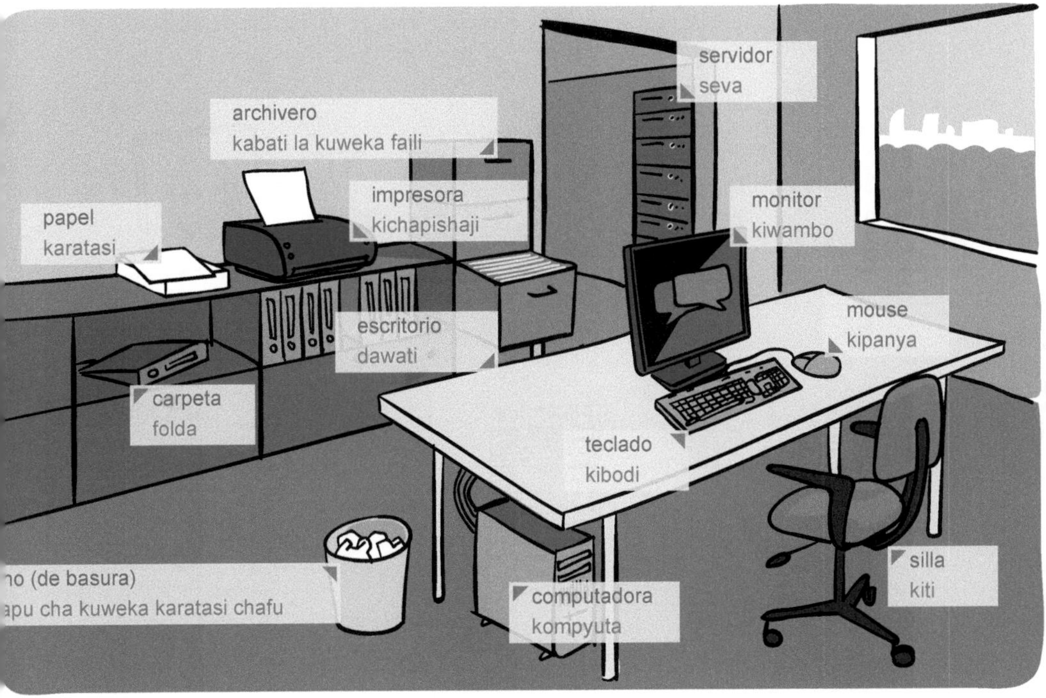

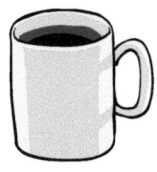

taza de café

kmobe la kahawa

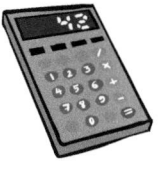

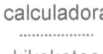

calculadora

kikokotoo

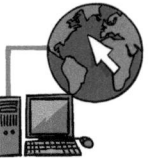

internet

biashara

laptop

mbali

carta

barua

mensaje

ujumbe

celular

rununu

red

intaneti

fotocopiadora

fotokopia

software

programu

teléfono

simu

tomacorriente

soketi

fax

kipepesi

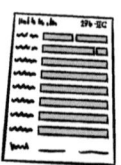

formulario

fomu

documento

hati

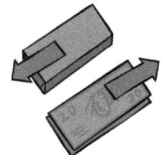

comprar

kununua

pagar

kulipa

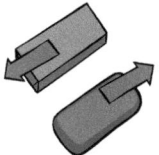

hacer negocios

biashara

dinero

fedha

dólar

dola

euro

yuro

yen

yeni

rublo

rouble

franco suizo

faranga ya Uswisi

yuan

renminbi yuan

rupia

rupia

cajero automático

eneo la kulipia

casa de cambio

ofisi ya ubadilishanaji

oro

dhahabu

plata

fedha

petróleo

mafuta

energía

nishati

precio

bei

contrato

mkataba

impuesto

kodi

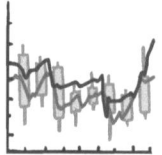

acción

bidhaa

trabajar

kazi

empleado

mfanyakazi

empleador

mwajiri

fábrica

kiwanda

negocio

duka

ocupaciones
kazi

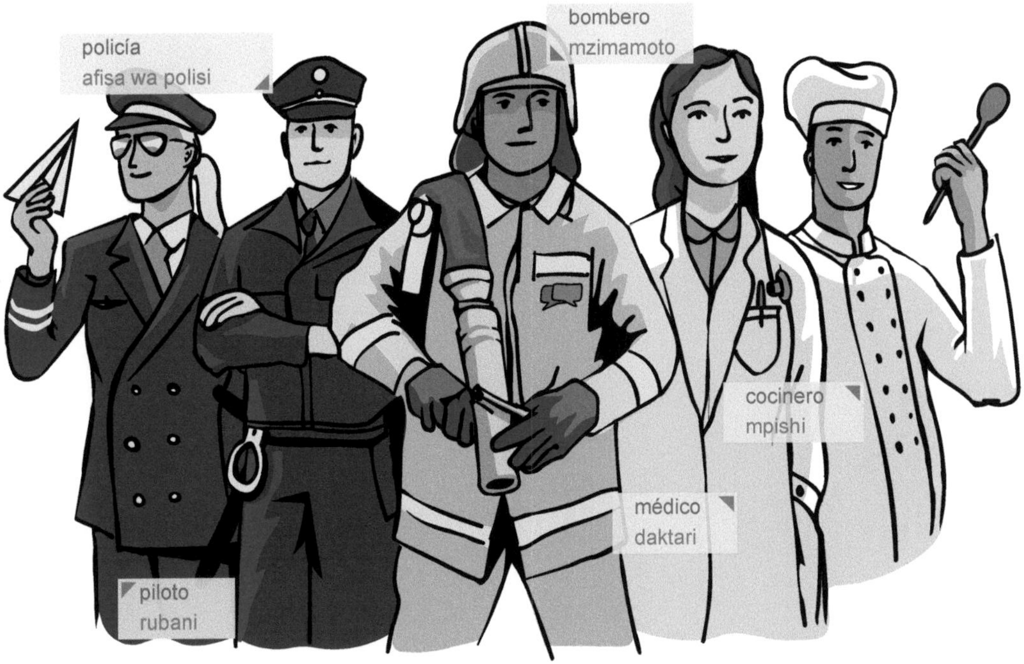

policía
afisa wa polisi
bombero
mzimamoto
cocinero
mpishi
médico
daktari
piloto
rubani

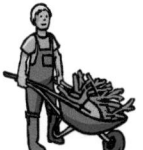

jardinero

mtunza bustani

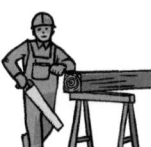

carpintero

seremala

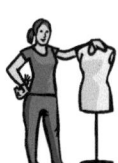

modista

mshonaji

juez

hakimu

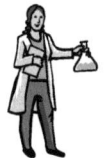

farmacéutico

mwanakemia

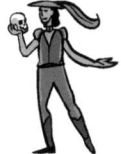

actor

muigizaji

colectivero

dereva wa basi

taxista

dereva wa teksi

pescador

mvuvi

mucama

mwanamke wa kusafisha

techista

mwezekaji

mozo

mhudumu

cazador

mwindaji

pintor

mchoraji

panadero

mwokaji

electricista

umeme

albañil

mjenzi

ingeniero

mhandisi

carnicero

mchinjaji

plomero

fundi bomba

cartero

mwanaposta

soldado

mwanajeshi

arquitecto

msanifu majengo

cajero

keshia

florista

muuza maua

peluquero

msusi

cobrador

kondakta

mecánico

mekanika

capitán

nahodha

dentista

daktari wa meno

científico

mwanasayansi

rabino

rabbi

imán

imamu

monje

mtawa

sacerdote

kasisi

herramientas
zana

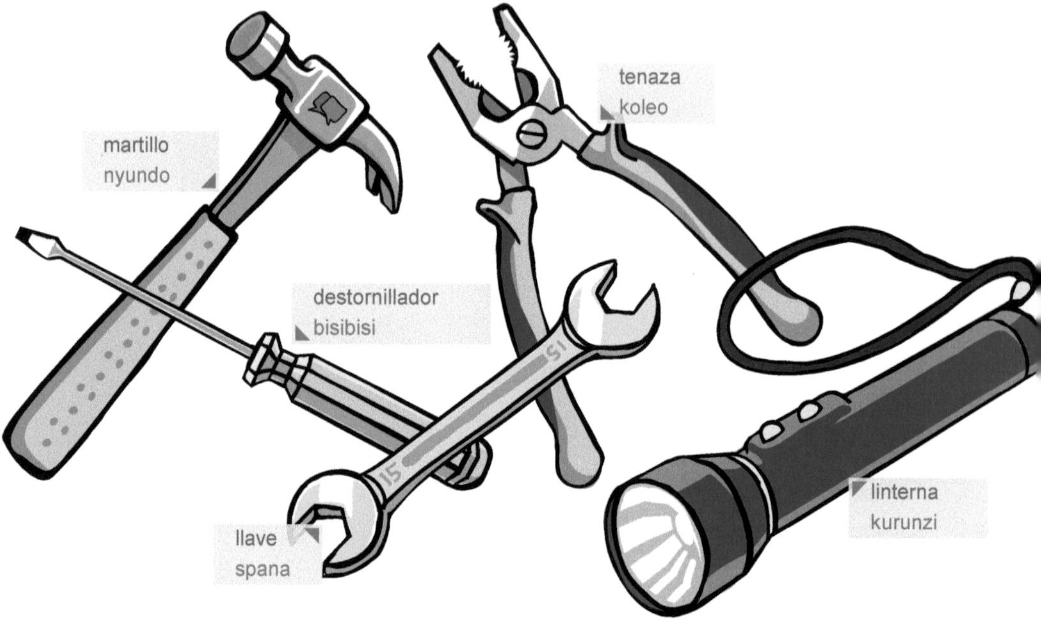

martillo
nyundo
tenaza
koleo
destornillador
bisibisi
llave
spana
linterna
kurunzi

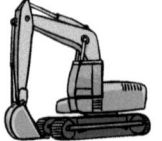

excavadora

mchimbaji

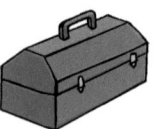

caja de herramientas

sanduku la vifaa

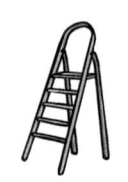

escalera portátil

ngazi

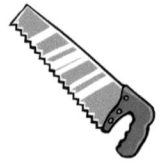

sierra

msumeno

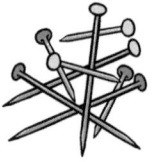

clavos

misumari

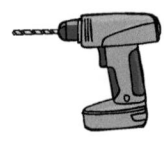

taladro

kuchimba visima

arreglar
kukarabati

pala de jardín
sepetu

¡Qué bronca!
Lo!

pala de plástico
kishikio cha uchafu

tacho de pintura
chungu cha rangi

tornillos
skurubu

instrumentos musicales
ala za muziki

batería
mpangilio wa ngoma

parlante
spika

contrabajo
besi mara mbili

trompeta
tarumbeta

guitarra
gita

piano

piano

violín

fidla

bajo

ubeji

timbales

timpani

tambor

ngoma

teclado

kibodi

saxofón

saksafoni

flauta

filimbi

micrófono

maikrofoni

zoológico
bustani ya wanyama

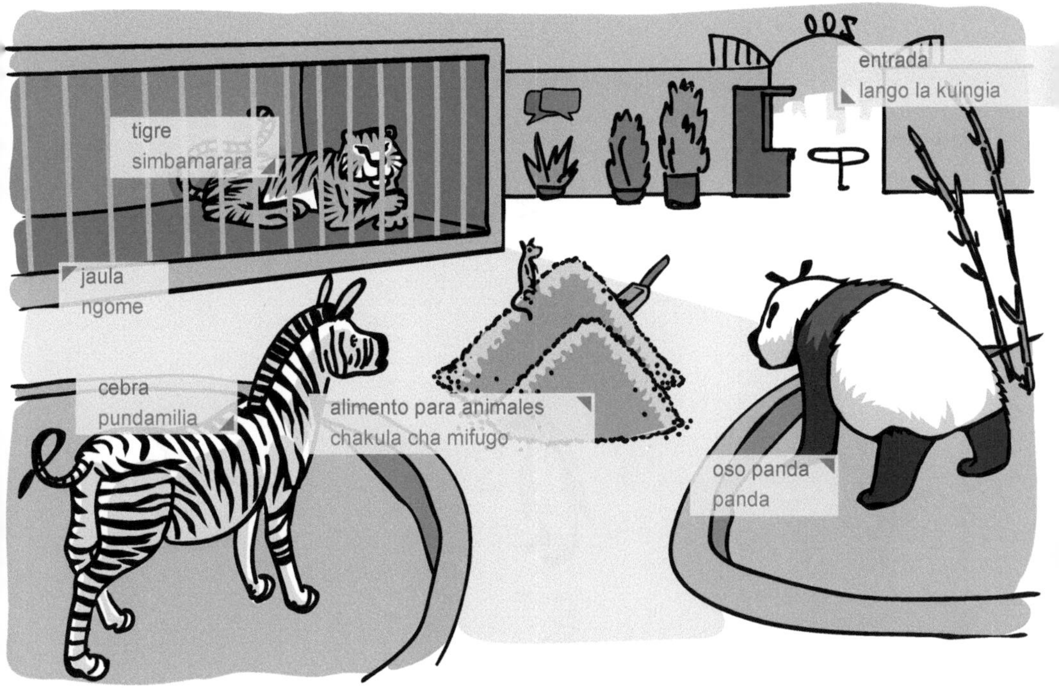

zoo
entrada
lango la kuingia
tigre
simbamarara
jaula
ngome
cebra
pundamilia
alimento para animales
chakula cha mifugo
oso panda
panda

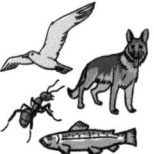

animales
wanyama

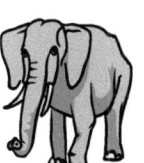

elefante
tembo

canguro
kangaruu

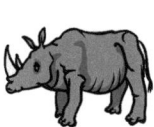

rinoceronte
kifaru

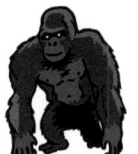

gorila
sokwe

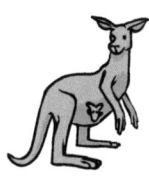

oso
dubu

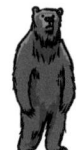

camello

ngamia

avestruz

mbuni

león

simba

mono

tumbili

flamenco

heroe

loro

kasuku

oso polar

dubu

pingüino

penguini

tiburón

papa

pavo real

tausi

serpiente

nyoka

cocodrilo

mamba

cuidador del zoológico

mtunza wanyama

foca

muhuri

jaguar

jaguar

poni

mwanafarasi

leopardo

chui

hipopótamo

kiboko

jirafa

twiga

águila

tai

jabalí

nguruwe mwitu

pescado

samaki

tortuga

kobe

morsa

sili

zorro

mbweha

gacela

paa

fútbol americano
soka ya marekani

ciclismo
uendeshaji baiskeli

tenis
tenisi

básquet
mpira wa kikapu

natación
kuogelea

boxeo
ndondi

hockey sobre hielo
magongo ya barafuni

fútbol

soka

bádminton

vinyoya

atletismo

riadha

handball

mpira wa mikono

esquí

skii

polo

polo

reír
cheka

saltar
kuruka

abrazar
kumbatia

caminar
kutembea

cantar
kuimba

soñar
ota ndoto

rezar
kuomba

besar
busu

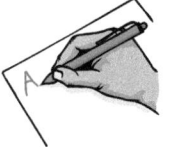

escribir

kuandika

dibujar

kuteka

mostrar

angalia

presionar

sukuma

dar

kutoa

tomar

kuchukua

tener

kuwa

hacer

fanya

ser

kuwa

estar parado

kusimama

correr

kukimbia

tirar

vuta

tirar

kutupa

caer

kuanguka

estar acostado

hadaa

esperar

kusubiri

llevar

kubeba

estar sentado

kukaa

vestirse

vaa nguo

dormir

usingizi

despertar

kuamka

mirar

kuangalia

llorar

lia

acariciar

kiharusi

peinar

chana nywele

hablar

ongea

entender

kuelewa

preguntar

kuuliza

escuchar

kusikiliza

beber

kunywa

comer

kula

ordenar

nadhifisha

amar

upendo

cocinar

mpishi

manejar

gari

volar

kuruka

navegar

meli

calcular

kokotoa

leer

kusoma

aprender

kujifunza

trabajar

kazi

casarse

kuoa

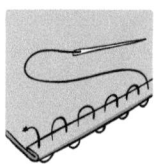

coser

kushona

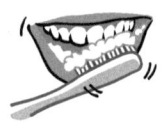

cepillarse los dientes

piga mswaki

matar

kuua

fumar

moshi

enviar

kutuma

abuela
bibi

abuelo
babu

padre
baba

madre
mama

bebé
mtoto

hija
binti

hijo
bin

invitado

mgeni

tía

shangazi

tío

mjomba

hermano

kaka

hermana

dada

cuerpo
mwili

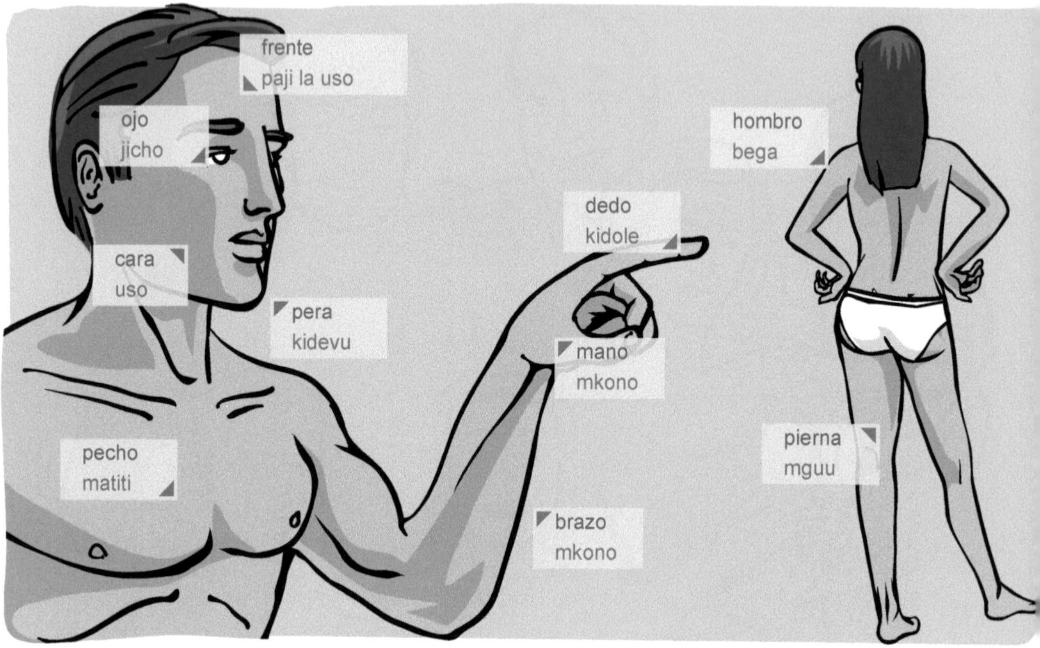

frente
paji la uso

ojo
jicho

hombro
bega

dedo
kidole

cara
uso

pera
kidevu

mano
mkono

pecho
matiti

pierna
mguu

brazo
mkono

bebé

mtoto

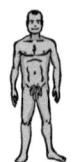

hombre

mwanamume

mujer

mwanamke

nena

msichana

nene

mvulana

cabeza

kichwa

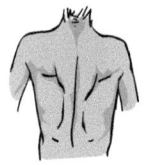

espalda

nyuma

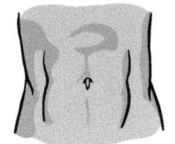

panza

tumbo

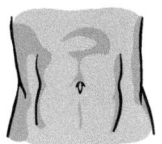

ombligo

kitovu

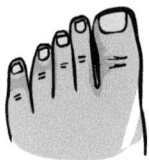

dedo del pie

chano

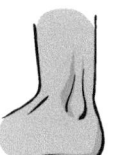

talón

kisigino

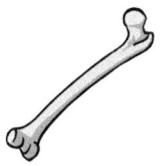

hueso

mfupa

cadera

nyonga

rodilla

goti

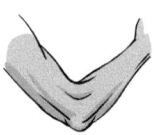

codo

kiwiko

nariz

pua

cola

chini

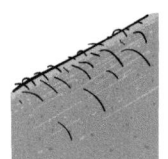

piel

ngozi

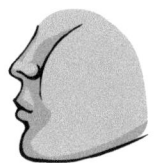

cachete

shavu

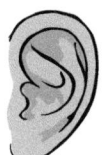

oreja

sikio

labio

mdomo

boca

kinywa

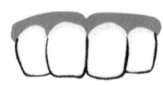

diente

jino

lengua

ulimi

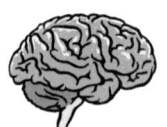

cerebro

ubongo

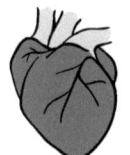

corazón

moyo

músculo

misuli

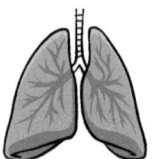

pulmón

pafu

hígado

ini

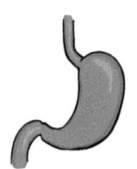

estómago

tumbo

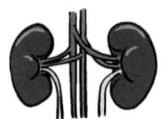

riñones

figo

sexo

jinsia

preservativo

kondomu

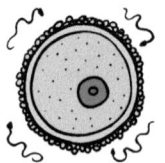

óvulo

ovari

semen

shahawa

embarazo

mimba

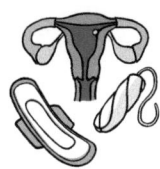

menstruación

hedhi

vagina

uke

pene

uume

ceja

unyusi

pelo

nywele

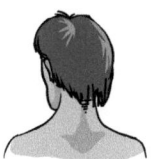

cuello

shingo

cuerpo - mwili

hospital
hospitali

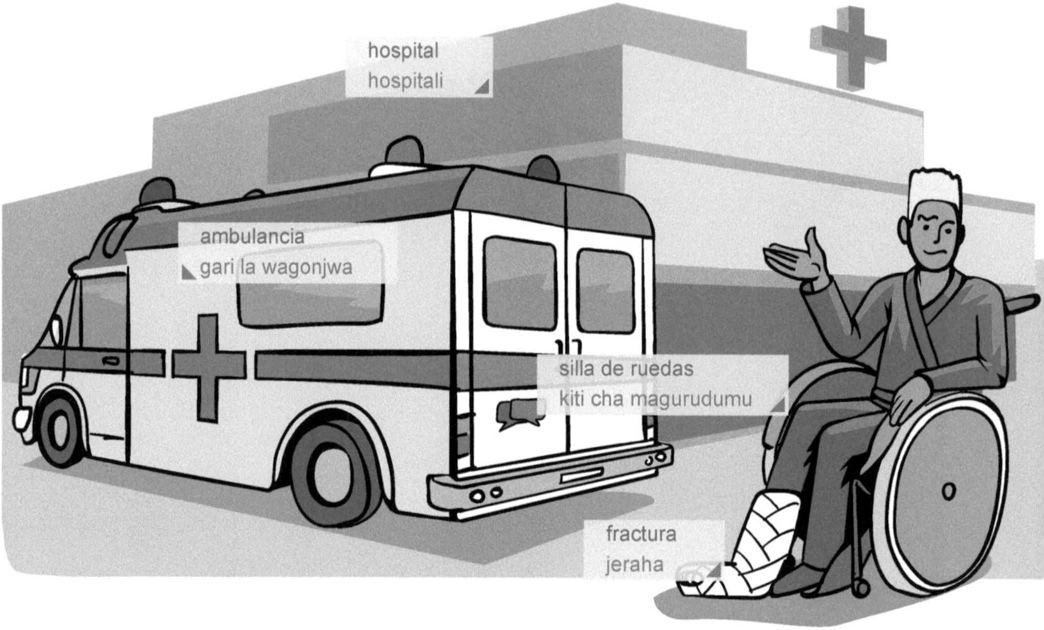

hospital
hospitali
ambulancia
gari la wagonjwa
silla de ruedas
kiti cha magurudumu
fractura
jeraha

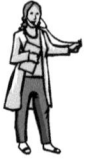

médico

daktari

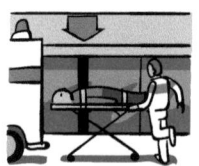

sala de guardia

chumba cha dharura

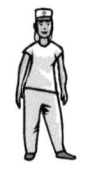

enfermera

muuguzi

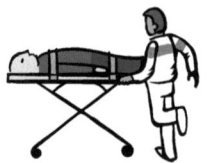

emergencia

dharura

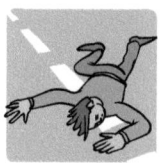

inconsciente

kupoteza fahamu

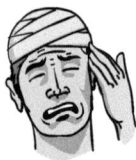

dolor

maumivu

lesión

kuumia

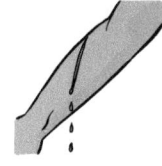

hemorragia

kutokwa na damu

infarto

mshtuko wa moyo

ACV

kiharusi

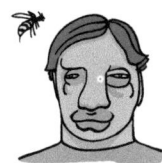

alergia

mzio

tos

kikohozi

fiebre

homa

gripe

mafua

diarrea

kuharisha

dolor de cabeza

maumivu ya kichwa

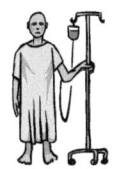

cáncer

kansa

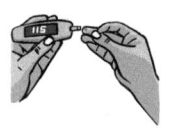

diabetes

ugonjwa wa kisukari

cirujano

daktari mpasuaji

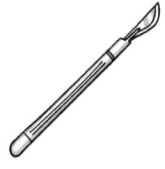

bisturí

kisu kidogo cha kupasulia

operación

operesheni

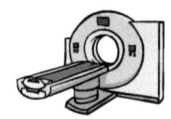

TC
picha changanufu ya mwili

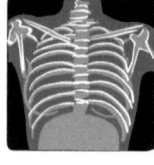

rayos x
Eksrei

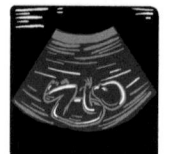

ecografía
mawimbi sauti

barbijo
barakoa ya uso

enfermedad
ugonjwa

sala de espera
chumba cha kusubiri

muleta
mkongojo

curita
plasta

venda
bendeji

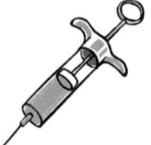

inyección
sindano

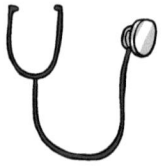

estetoscopio
stetoskopu

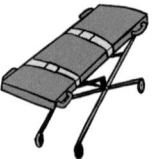

camilla
machela

termómetro
kipimajoto cha kliniki

nacimiento
kuzaliwa

sobrepeso
unene kupita kiasi

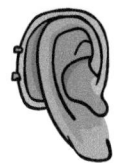

audífono

kusikia misaada

desinfectante

kipukusi

infección

maambukizi

virus

virusi

VIH / SIDA

VVU / UKIMWI

remedio

dawa

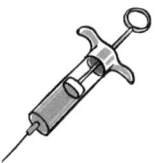

vacunación

chanjo

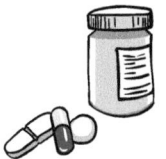

comprimidos

vidonge

pastilla anticonceptiva

kidonge

llamada de emergencia

simu ya dharura

tensiómetro

haemodainamometa

enfermo / sano

mgonjwa / mwenye afya

alarma

kengele

agresión

pigo

¡Ayuda!

Msaada!

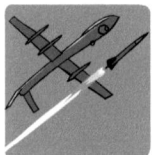

ataque

shambulizi

peligro

hatari

salida de emergencia

lango la dharura

¡Fuego!

Moto!

matafuego

kizima moto

accidente

ajali

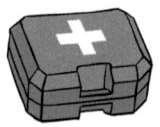

botiquín de primeros
auxilios

vifaa vya huduma ya
kwanza

SOS

wito wa msaada

policía

polisi

Europa

Ulaya

América del Norte

Amerika ya Kaskazini

América del Sur

Amerika ya Kusini

África

Afrika

Asia

Asia

Australia

Australia

Atlántico

Atlantiki

Pacífico

Pasifiki

Océano Índico

Bahari ya Hindi

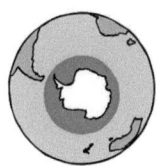

Océano Antártico

Bahari ya Antaktiki

Océano Ártico

Bahari ya Aktiki

polo norte

Ncha ya Kaskazini

polo sur

Ncha ya Kusini

Antártida

Antaktika

Tierra

dunia

tierra

nchi

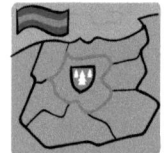

mar

bahari

isla

kisiwa

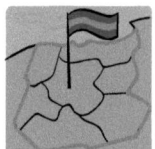

nación

taifa

estado

jimbo

esfera

uso wa saa

manecilla de las horas

akrabu ya saa

minutero

akrabu ya dakika

segundero

akrabu ya sekunde

¿Qué hora es?

Ni saa ngapi?

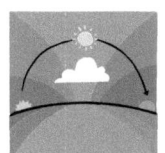

día

siku

hora

wakati

ahora

sasa

reloj digital

saa ya dijitali

minuto

dakika

hora

saa

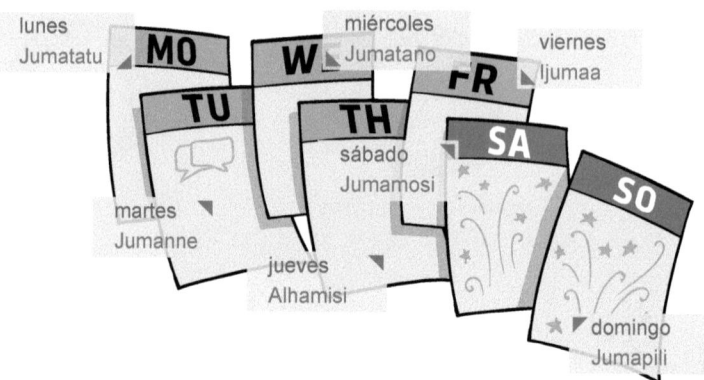

lunes
Jumatatu

miércoles
Jumatano

viernes
Ijumaa

sábado
Jumamosi

martes
Jumanne

jueves
Alhamisi

domingo
Jumapili

ayer
jana

hoy
leo

mañana
kesho

mañana
asubuhi

mediodía
saa sita mchana

tarde
jioni

días hábiles
siku za biashara

fin de semana
mwishoni mwa wiki

año

mwaka

lluvia
mvua
arco iris
upinde wa mvua
nieve
theluji
viento
upepo
primavera
majira ya machipuko
otoño
vuli
verano
kiangazi
invierno
majira ya baridi

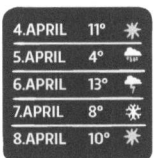

4.APRIL 11°
5.APRIL 4°
6.APRIL 13°
7.APRIL 8°
8.APRIL 10°

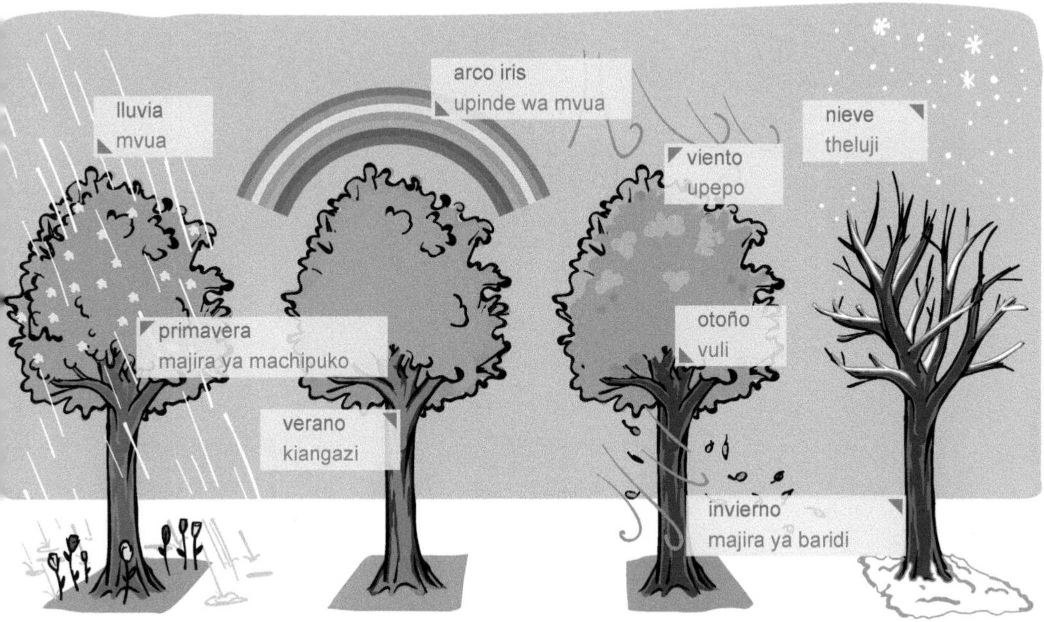

pronóstico meteorológico

utabiri wa hali ya hewa

F
C
120
90
60
30
0
-30
40
30
20
10
0
-10
-20

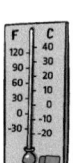

termómetro

kipimajoto

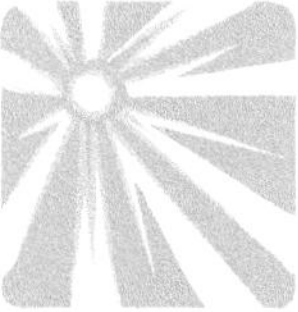

luz del sol

mwanga wa jua

nube

wingu

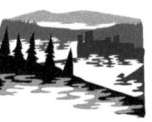

niebla

ukungu

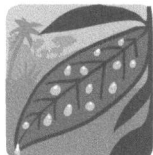

humedad

unyevu

rayo

umeme

trueno

radi

tormenta

dhoruba

granizo

mvua ya mawe

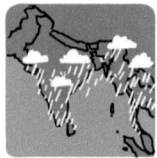

monzón

monsuni

inundación

mafuriko

hielo

barafu

enero

Januari

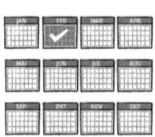

febrero

Februari

marzo

Machi

abril

Aprili

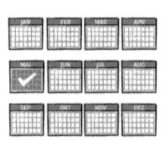

mayo

Mei

junio

Juni

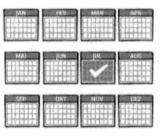

julio

Julai

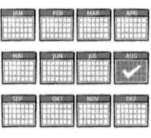

agosto

Agosti

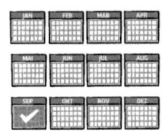

septiembre

Septemba

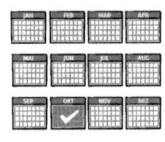

octubre

Oktoba

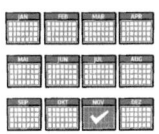

noviembre

Novemba

diciembre

Desemba

formas
maumbo

círculo

mduara

cuadrado

mraba

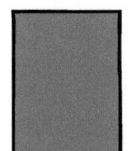

rectángulo

mstatili

triángulo

pembetatu

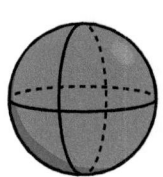

esfera

nyanja

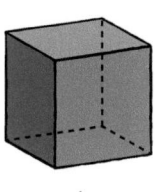

cubo

mchemraba

blanco

nyeupe

amarillo

manjano

naranja

chungwa

rosa

rangi ya waridi

rojo

nyekundu

violeta

hudhurungi

azul

bluu

verde

kijani

marrón

hanja

gris

jivujivu

negro

nyeusi

mucho / poco

mengi / kidogo

enojado / tranquilo

hasira / pole

lindo / feo

nzuri / mbaya

principio / fin

mwanzo / mwisho

grande / chico

kubwa / ndogo

claro / oscuro

angavu / giza

hermano / hermana

kaka / dada

limpio / sucio

safi / chafu

completo / incompleto

kamilika / tokamilika

día / noche

siku / usiku

muerto / vivo

wafu / hai

ancho / angosto

pana / nyembamba

comestible / no comestible

....

kulika / kutolika

malo / amable

....

ovu / ema

entusiasmado / aburrido

....

sisimkwa / udhika

gordo / flaco

....

nene / nyembamba

primero / último

....

kwanza / mwisho

amigo / enemigo

....

rafiki / adui

lleno / vacío

....

jaa / tupu

duro / blando

....

ngumu / laini

pesado / liviano

....

nzito / nyepesi

hambre / sed

....

njaa / kiu

enfermo / sano

....

mgonjwa / mwenye afya

ilegal / legal

....

haramu / kisheria

inteligente / estúpido

....

akili / kijinga

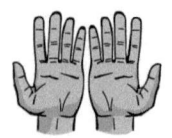

izquierda / derecha

....

kushoto / kulia

cerca / lejos

....

karibu / mbali

nuevo / usado
mpya / kutumika

nada / algo
kitu / jambo

viejo / joven
zee / changa

encendido / apagado
waka / zima

abierto / cerrado
wazi / fungwa

silencioso / ruidoso
utulivu / kelele

rico / pobre
tajiri / masikini

correcto / incorrecto
sahihi / kosa

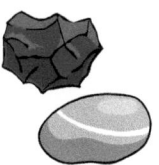

áspero / suave
mbaya / laini

triste / contento
huzunika / furahia

corto / largo
fupi /ndefu

lento / rápido
polepole / haraka

mojado / seco
nyevu / kavu

caliente / frío
joto / baridi

guerra / paz
vita / amani

opuestos - kinyume

números

nambari

0

cero

sufuri

1

uno

moja

2

dos

mbili

3

tres

tatu

4

cuatro

nne

5

cinco

tano

6

seis

sita

7

siete

saba

8

ocho

nane

9

nueve

tisa

10

diez

kumi

11

once

kumi na moja

12

doce

kumi na mbili

13

trece

kumi na tatu

14

catorce

kumi na nne

15

quince

kumi na tano

16

dieciséis

kumi na sita

17

diecisiete

kumi na saba

18

dieciocho

kumi na nane

19

diecinueve

kumi na tisa

20

veinte

ishirini

100

cien

mia

1.000

mil

elfu

1.000.000

millón

milioni

números - nambari

inglés

Kiingereza

inglés americano

Kiingereza cha Marekani

chino mandarín

Kimandarini cha Uchina

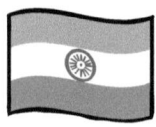

hindi

Kihindi

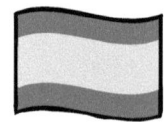

español

Kihispania

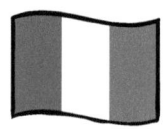

francés

Kifaransa

árabe

Kiarabu

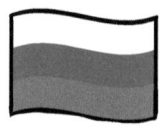

ruso

Kirusi

portugués

Kireno

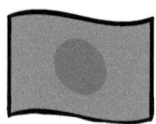

bengalí

Kibengali

alemán

Kijerumani

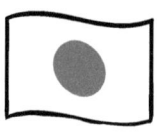

japonés

Kijapani

yo

mimi

vos

wewe

él / ella

yeye / yeye / ni

nosotros

sisi

ustedes

wewe

ellos

wao

¿quién?

nani?

¿qué?

nini?

¿cómo?

jinsi gani?

¿dónde?

wapi?

¿cuándo?

lini?

nombre

jina

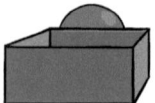

detrás

nyuma

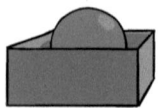

en

katika

adelante de

mbele ya

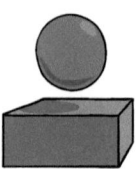

por encima de

juu ya

sobre

kwenye

debajo de

chini ya

al lado de

kando

entre

kati

lugar

mahali